ዮናስ፦ ፈሪው ነብይ

በጄናስ ዲ. ግሪን ዳግም ተነግሯል
ስዕሎቹ በኪመበርሊ ሜሪት ተስለዋል
የቀለም ቅቦች በጄናስ ዲ. ግሪን ተሰርተዋል

Honeycomb Adventures Press LLC

Published by Honeycomb Adventures Press, LLC
PO Box 1215, Hemingway, SC 29554.
http://honeycombadventures.com

ISBN: 978-0-9820886-3-0

Text © 2020 by Janice D. Green
Illustrations © 2020, 2019, 2018 by Kimberly Meritt
Translation © 2022 by Henok Estifanos

በዚህ መጽሐፍ ውስጥ ያሉት ማጣቀሻዎች በቀጥታ የተወሰዱ ጥቅሶች አይደሉም፤ነገር ግን ሕጻናትና ወጣቶች የነብዩ ዮናስን መጽሐፍ ቅዱሳዊ ትምህርት እንዲረዱ ለማስቻል በጸሐፊዋ የተጻፉ ቀላል ማብራሪያዎች ናቸው።

መብት ሁሉ የተጠበቀ ነው። በሕግ ከተፈቀደው በስተቀር ማንኛውም የዚህ መጽሐፍ ክፍል በማንኛውም መልኩ ሊባዛ ወይም ሊተላለፍ እንዲሁም፤በኤሌክትሮኒክ ወይም በሜካኒካል ማባዛት፤መቅዳት ወይም በማንኛውም የመረጃ ማከማቻ እና ማግኛ ሥርዓት ያለ አሳታሚው የጽሑፍ ፈቃድ መጠቀም ፍጹም የተከለከለ ነው።

ይህንን መጽሐፍ የሚገዛ ሰው የፒዲኤፍ ፋይል ባለ ቀለም ገጾችን ለማስተማር ወይም የመጽሐፍ ቅዱስ ንባብ ለማዘጋጀት ከድህረ ገጽ ላይ ሊያወርድ ይችላል። ከመጽሐፉ ጀርባ ከመጽሐፍ ቅዱስ ታሪኮች የተዘጋጁ የአልጋ ልብሶችን የሚያብራሩበት ገጽ ላይ ያለውን የኢንተርኔት አገናኝ ይፈልጉ።

እግዚአብሔር ዮናስን ነነዌ ወደተባለች ከተማ ሄዶ ከኃጢአታቸው የተነሳ ከተማቸውን ሊያጠፋት እንደሆነ እንዲነግራቸው ነገረው። ዮናስ ግን መሄድ አልፈለገም። እርሱ በነነዌ ከተማ ውስጥ የሚኖሩትን ሰዎች ፈርቷቸው ነበርና።

To: TARSHISH

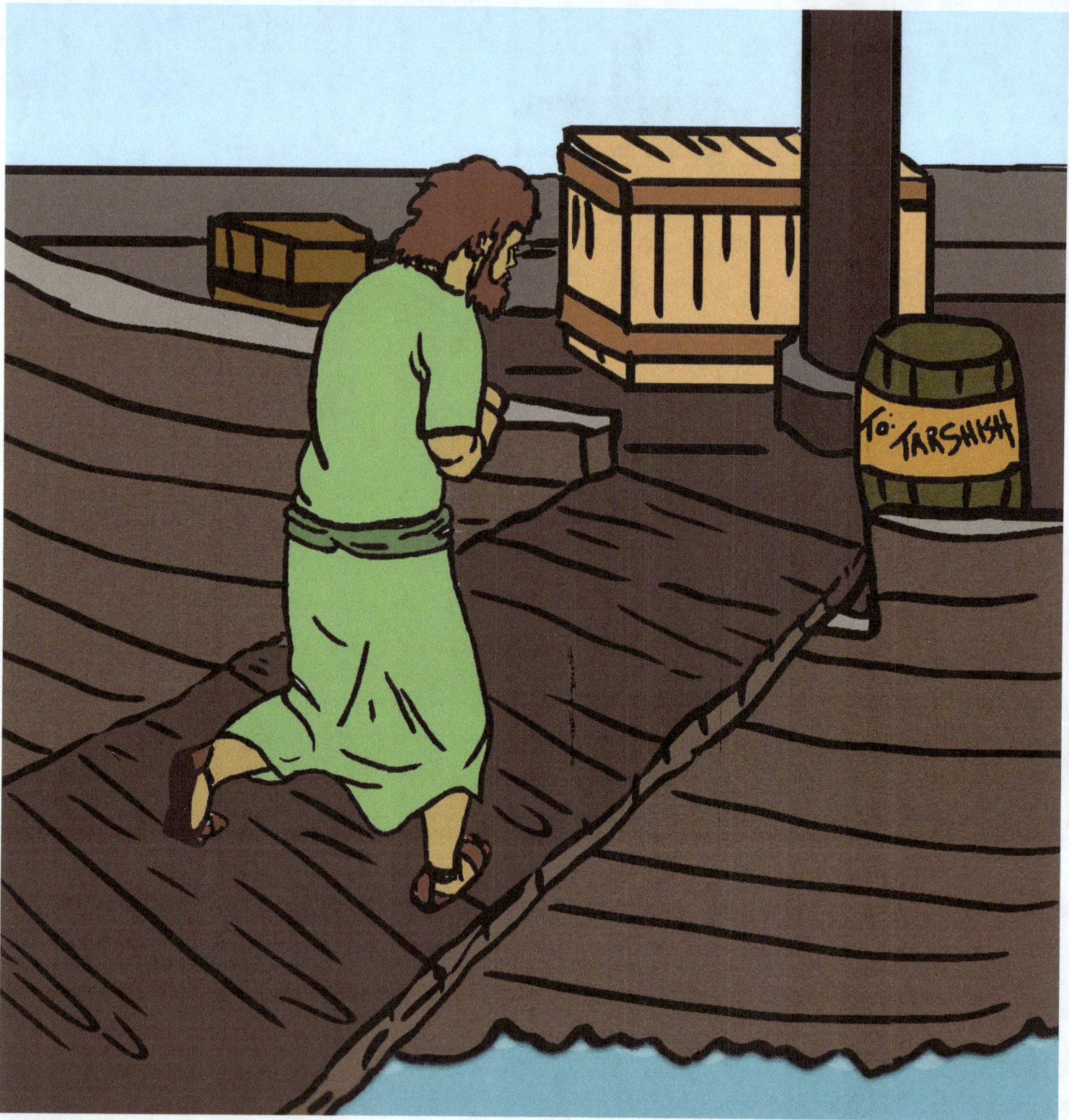

ዮናስ ስለ ነነዌ ሰዎች ብዙ መጥፎ ነገሮችን ሰምቶ ነበር። እግዚአብሔር እነዚያን መጥፎ ሰዎች እና ከተማቸውን እንዲያጠፋ ይፈልግ ነበር።

ዮናስ አኮረፈ። ሰዎቹ እርሱ የሚናገረውን ቢሰሙስ? መጥፎ ነገሮችን መሥራትን ቢያቆሙስ? እግዚአብሔርም ይህንን ተመልክቶ ሃሳቡን ቢቀይርስ?

ስለዚህ ዮናስ በተቃራኒው አቅጣጫ ለመሄድ ወሰነ። ወደ ባህር ወደብ በመሄድ ወደ ተርሴስ በሚወስደው መርከብ ላይ ተሳፈረ—ያም ከነነዌ በጣም የራቀ ነበር።

እግዚአብሔር ዮናስ ወደ መርከቡ ሲሄድ ይመለከተው ነበር፤ስለዚህ በባሕሩ ላይ ታላቅ ነፋስን አመጣ፥ በባሕርም ላይ ታላቅ ማዕበል ሆነ፥ መርከቢቱም ልትሰበር ቀረበች።

መርከበኞቹም መርከቢቱ እንዳትሰምጥ እንድትቀልላቸው ፈለጉ። ከዚያም በመርከቢቱ ውስጥ የነበሩትን ከባባድ እቃዎች እና ሳጥኖች ወደ ባህሩ ውስጥ ጣሏቸው።

በመርከቡ ውስጥ የነበሩት ተጓዦችም ወደ ጣዖቶቻቸው ጮኹ።ነገር ግን ማዕበሉ ከፊት ይልቅ የከፋ ሆነ።

ይህ ሁሉ ሲሆን ግን ዮናስ ወደ መርከቡ ውስጠኛው ክፍል ወርዶ ነበር፥ በከባድ እንቅልፍም ተኝቶ ነበር። የመርከቡም አለቃ ወደ እርሱ ቀርቦ፦ “ምነው ተኝተሃል? እንዳንጠፋ እግዚአብሔር ያስበን እንደ ሆነ ተነሥተህ አምላክህን ጥራ!” አለው።

መርከበኞቹም “አንድ ሰው ኃጢአት ሰርቶ እንጂ ይህ አይሆንም ነበር፤” ተባባሉ። ይህን ማዕበል በማን ምክንያት እንደመጣባቸው ያውቁ ዘንድ እጣ ተጣጣሉ። በዚያን ጊዜ እጣ መጣጣል ማለት እኛ አንድን ነገር ለመወሰን ሳንቲም ወደላይ እንደምንወረውር ወይም ካርታዎችን እንደምንመዝ አይነት ነው። እጣውም በዮናስ ላይ ወደቀ።

“ይህ ማዕበል የመጣብን በአንተ ነውን?” ፤ “ከየት ነው የመጣኸው? አምላክህስ ማን ነው?” ብለው ዮናስ ላይ ጮኹበት።

ዮናስም መርከበኞቹ ትክክል እንደነበሩ አወቀ። ከእግዚአብሔር ለማምለጥ እየሞከረ እንደነበር ያውቅ ነበርና።

ዮናስም፦ እኔ ዕብራዊ ነኝ፤ ባሕሩንና የብሱን የፈጠረውን የሰማይን አምላክ እግዚአብሔርን አመልካለሁ አላቸው። ይህ ታላቅ ማዕበል በእኔ ምክንያት እንዳገኛችሁ አውቃለሁና አንሥታችሁ ወደ ባሕር ጣሉኝ፥ ባሕሩም ጸጥ ይልላችኋል አላቸው።

የመርከቡ ተሳፋሪዎችም ዮናስን ወደ ባህሩ ለመጣል ፈሩ። ወደ ባህሩ ዳርቻ ሊመልሱት ሞከሩ፤ ዳሩ ግን ባሕሩ እጅግ አብዝቶ ይናወጥባቸው ነበርና አልቻሉም።

ሰዎቹም ወደ ዮናስ አምላክ ጮኹ። ባደረጉት ነገር እንዳይቀጣቸው ለመኑት። ዮናስንም ወስደው ወደ ባሕሩ ጣሉት።

ወዲያውም፤ ማዕበሉ ጠፋ፤ ባሕሩም ከመናወጡ ጸጥ አለ።

መርከበኞቹም በመገረም ዓይኖቻቸው ፈዘዘ ከዚያም የዮናስን አምላክ አብልጠው ፈሩ። ለእግዚአብሔርም መስዋዕት አቀረቡ፤ ከእርሱም ጋር ቃል ኪዳን አደረጉ።

ዮናስ ከማዕበሉ በታች እየሰመጠ ሳለ ዓይኖቹን ጨፈነ፤ትንፋሹም ዋጥ አደረገ፡፡

ከባህሩ ውስጥ ባሉ ተራሮች መካከል ወዳለ ጥልቅ ሸለቆ ውስጥ ሰጠመ፡፡ ዮናስ የባህር ውስጥ ተክል በራሱ ዙሪያ እንደተጠመጠመ ተሰማው፡፡

ዮናስ ከእግዚአብሔር ኮብልሎ ሄደ፤አሁን ከባህሩ ሥር በባህር ውስጥ ተክል ተጠልፎ ወድቋል፡፡ ሊሞት ነበርን? የእግዚአብሔርን ቅዱስ መቅደስ እንደገና ይመለከታልን?

ነገር ግን እግዚአብሔር ዮናስ እንዲሞት አልፈቀደም። እርሱ አሁንም ለዮናስ ያዘጋጀው ስራ ነበረውና።

ባህሩን እና በውስጡ ያሉትን የፈጠረ ያው አምላክ ትልቅ አሳ ፈጥሮ ነበር— አሳ ነባሪ ሊሆን ይችላል— ከዚያም ዮናስን እንዲውጠው ላከው።

ትልቁ አሳ ዮናስን ለሦስት ቀን እና ሌሊት በሆዱ ውስጥ ምርኮኛ አድርጎ አስቀመጠው።

ዮናስ እጆቹ እና ፊቱ እንዳሉ እና አሁንም በሕይወት እንዳለ ተሰማው፡፡

ዮናስም "ከባህሩ በታች ሆኜ ጸሎቴን አደመጥህ!" ከማዕበሉ እና ወጀቡ አዳንከኝ፡፡ አሁንም በሕይወት አለሁ!" አለ፡፡

"ከባህሩ ሥር የባህር ውስጥ ተክል በራሴ ዙሪያ እንደከበበኝ ሲሰማኝ አንተን አሰብኩ፡፡ ሞቼ ነበር፤" ዮናስም "እንደገና መስዋዕትን አቀርብ ዘንድ እና ቃሎቼን ሁሉ እጠብቅ ዘንድ እጸልያሁ፡፡" ብሎ ወደ እግዚአብሔር ጸለየ፡፡

የዮናስ ልብ በምስጋና ተሞላ፡፡ አሁንም በትልቁ አሳ ውስጥ ቢሆንም፤በእግዚአብሔር ላይ እምነት ነበረው፡፡ እርሱ እግዚአብሔር ሊያድነው አሳውን እንደላከው ያውቃልና፡፡

እግዚአብሔር የዮናስን ጸሎት ሰማ። ትልቁ አሳ ዮናስን በምድር ላይ እንዲተፋው አዘዘው።

ዮናስም ቀና ብሎ ሰማያዊ የሆነውን ሰማይ ተመለከተ። ወፎችን፣ ተክሎችን እና ዛፎችን ተመለከተ፤ እንዲሁም በሕይወት በመኖሩም ደስተኛ ነበር።

እግዚአብሔርም ለዮናስ፣ "ተነስ እና ወደ ነነዌ ሂድ፤ መልዕክቴንም ለሕዝቡ አድርስ።" አለው።

በዚህ ጊዜ ዮናስ እግዚአብሔርን ታዘዘ።

ዮናስም ወደ ነነዌ ፈጥኖ ሄደ፡፡ “የነነዌ ከተማ በአርባ ቀን ውስጥ ትጠፋለች!” እያለ ደጋግሞ ወደ ሕዝቡ ጮኸ፡፡

ዮናስ ለገባው ቃል ታማኝ ነበር፡፡ ነነዌ በጣም ትልቅ ከተማ ነበረች፡፡ ዮናስም ሦስት ቀን ወሰደበት፤እነዚያ ጎዳናዎች የተንጓዘባቸው ከባድ ቀኖች ነበሩ፤እግዚአብሔርም በእያንዳንዱ እርምጃ ይጠብቀው ነበር፡፡

በሄደበት ሁሉ መልዕክቱን እየጮኸ ይናገር ነበር፡፡ “እግዚአብሔር ነነዌ ከተማ በአርባ ቀን ውስጥ እንደምትጠፋ ተናግሯል!” ይል ነበር፡፡

ዮናስ ሁሉም መልዕክቱን እስኪሰሙ ድረስ አላቆመም ነበር፡፡

የነነዌ ሕዝብም ዮናስ የተናገረውን አመነ፡፡ ምግብ መመገብ አቆሙ፡፡ ምቹ የሆነውን እና የሚያምር ልብሳቸውን አወለቁ፤ከዚያም እንዳዘኑ ለእግዚአብሔር ለማሳየት ማቅ ለበሱ፡፡

ንጉሱም እንኳን ማቅ ለበሰ፡፡ በትቢያ እና በአመድ ላይ ተቀመጠ፤ከዚያም አዲስ ህግ አወጣ፡፡

“ሰዎች ሁሉ ከፋ መስራትን ያቁሙ”፤“ሁሉም ሰው፤እንስሳትንም ጨምሮ ማቅ ይልበስ፡፡ ሰዎች እና እንስሳት መብላት እና መጠጣት አቁመው ይጹሙ፡፡ ሁሉም ሰው ወደ እግዚአብሔር ይጸልይ” በማለት አወጀ፡፡

ንጉሱ እግዚአብሔር ጸሎታቸውን ሰምቶ፤ሃሳቡን በመቀየር ከተማቸውን እንደማያጠፋ ተስፋ አድርጎ ነበርና፡፡

እግዚአብሔር ሕዝቡ ምግብ እንዳቆመ ተመለከተ።

ማቅ እንደለበሱ ተመለከተ።
ጸሎታቸውንም ሰማ።
ይሰሩት የነበረውን መጥፎ ነገሮች መስራት ማቆማቸውን ተመለከተ።

ስለዚህ እግዚአብሔር በነነዌ ሕዝብ ላይ ምህረት አደረገ። ከተማቸውንም አላጠፋም።

ነገር ግን ዮናስ አኮረፈ። በእግዚአብሔር ላይ ተቆጣ። እርሱ አሁንም ነነዌን አይወድም ነበርና። በዚህም ምክንያት እግዚአብሔር ምህረት እንዲያደርግላቸው አይፈልግም ነበር።

እግዚአብሔር ዮናስን ሌላ ትምህርት አስተማረው። እግዚአብሔር አንዲት ቅል በፍጥነት እንድታድግ አደረገ፤ ለዮናስም ጥሩ ጥላ ሆነችለት። ዮናስም ቅሏን ወደዳት።

በቀጣዩ ቀን እግዚአብሔር የቅሊቱን ስር እንድትበላው አንዲት ትል ላከ፤ ቅሊቱም ደረቀች። ቅሊቱ በደረቀች ጊዜ ዮናስ "ተናድጃለሁ! መሞት እፈልጋለሁ" አለ።

እግዚአብሔርም ዮናስን፣ "ቅሊቱ እንድታድግ ያደረከው ምንም ነገር የለም። ስትሞትም ምንም ግድ አይሰጠህም። እኔ ግን በነነዌ ላሉ ልጆች እና ሕዝብ ግድ ይለኛል። እነርሱ ከዚህ ቅል በላይ በጣም አስፈላጊዎች ናቸውና።"

መጽሐፍ ቅዱስ የዮናስ ልብ እንደተመለሰ አይነግረንም። ነገር ግን እግዚአብሔር ዮናስን እንደታገሰው እናውቃለን።

ልናስባቸው የሚገቡን ጥያቄዎች

እንድታደርጉ ከታዘዛችሁት በተቃራኒው አድርጋችሁ ታውቃላችሁን? ምን ሆነ?

ዮናስ አልታዘዝም ባለ ጊዜ አደጋ ላይ የነበረው የማን ህይወት ነበር? ሌሎችን ሰዎች የሚጎዳ ነገር አድርጋችሁ ታውቃላችሁን?

በመርከብ ውስጥ የነበሩ ሰዎች ስለ እግዚአብሔር ምን ተማሩ?

በትልቁ አሳ ወይም አሳ ነባሪ ሆድ ውስጥ ያለው ምን እንደሚመስል ታስባላችሁ? ምንስ እንደሚሸት ይሰማችኋል?

አስባችሁት በማታውቁት ከባድ ችግር ውስጥ አልፋችሁ ታውቃላችሁን? ምን ተፈጠረ? ስለ ችግራችሁ ወደ እግዚአብሔር መጸለይን አስታወሳችሁን? ለእግዚአብሔር እንኳን ትልቅ የሆነ የሚመስላችሁ ችግሮች አሉባችሁን?

ዮናስ በሕይወት እንዳለ እና ወደ ምድር መመለሱን ሲያስብ ምን እንደተሰማው ታስባላችሁ? እግዚአብሔር ጸሎታችሁን የመለሰበትን ጊዜ ታስታውሳላችሁን? ምን ተሰማችሁ?

ማቅ መልበስ እና በትቢያ እና በአመድ ላይ መቀመጥ በመጽሐፍ ቅዱስ ጊዜያት ሰዎች ማዘናቸውን ወይም ላደረጉት ጥፋት ይቅርታ መጠየቃቸውን የሚያሳይ ነው። ዛሬ ለሰራችሁት ጥፋት እውነተኛ ይቅርታን ለማሳየት የምታደርጓቸው ነገሮች ምንድ ናቸው?

መጥፎ ነገሮችን ላደረገ ሰው መልካም ነገሮች ሲሆንለት አይታችሁ ታውቃላችሁን? ምን ተሰማችሁ? ክፉ የሆኑትን የነነዌን ሕዝብ እግዚአብሔር ይቅር ካላቸው በኋላ ዮናስ ሊሰማው የሚገባውን እንዴት አስረዳው?

ዮናስ ፍጹም የሆነ ነብይ አልነበረም። እግዚአብሔር ግን ሁለተኛ እድል ሰጠው። ትክክለኛውን ነገር ለማድረግ ሁለተኛ እድል ያገኛችሁበት ጊዜ መቼ ነው?

በመጽሐፍ ቅዱስ ታሪኮች የተዘጋጁ የአልጋ ልብሶች— የቤተሰብ ሥራ

ስለ መጽሐፍ ቅዱስ ታሪኮች ያለዎትን መደነቅ ለልጅዎ ለማካፈል አስደሳቹ መንገድ በመጽሐፍ ቅዱስ ታሪኮች የተዘጋጁ የአልጋ ልብስ መፍጠር ነው። የልጅዎ አልጋ የመጽሐፍ ቅዱስ ታሪኮችን በሚናገር ስዕሎች የተሸፈነበትን የአልጋ ልብሶች አስቡ። ልጅዎ አንዱን እንዲሁም ሌላውን ስዕል በማመልከት እና ታሪኮቹን እንደገና ለመስማት ሲጠይቅ ማየት ተችላላችሁን? ይህ በ www.BibleQuilts.com የሚገኘው በመጽሐፍ ቅዱስ ታሪኮች የተዘጋጀ የአልጋ ልብስ ራዕይ ነው፤እህት ድህረ ገጽ ደገሞ Honeycomb Adventures Press, LLC የተሰኘው ነው።

ሃኒኮምብ አድቬንቸር ቡክስ በአዕምሮ ውስጥ ባለ የቀለም መጽሐፍ ቅዱስ ታሪኮች የተዘጋጀ አልጋ ልብስ የተወጠነ ነው።የካሬውን ስዕላዊ መግለጫዎች በነጭ የጥጥ ጨርቅ ብሎኮች ላይ ይፈልጉ እና በከለር እርሳስ ይቀቡ። ከዚያም ሰሙን ለማስወገድ እና ቀለሙን ቋሚ ለማድረግ ጨርቁን በፎጣዎች መካከል በማድረግ በጋለ ካውያ ይጫኑ። (ተጨማሪ የተጠናቀቁ መመሪያዎችን ከ www.biblequilts.com ያግኙ)

በቤተሰብዎ የመጽሐፍ ቅዱስ የአልጋ ልብስ ፕሮጀክት ውስጥ ጥቅም ላይ እንዲውሉ ወይም ለቤተክርስቲያንዎ በመጽሐፍ ቅዱስ ታሪክ የተዘጋጀ የአልጋ ልብስ ለመስራት በዚህ መጽሐፍ ውስጥ ያሉትን ምሳሌዎች ለመፈለግ ወይም ለመቃኘት ፈቃድ ተሰጥቷል።

http://honeycombadventures.com/amharic-links/
የይለፍ ቃል Ethio123

www.biblequilts.com www.honeycombadventures.com

ስለ ደራሲዋ:

ጃኒስ ዲ.ግሪን መጽሐፍ ለመጻፍ ከመጀመሪያ ደረጃ አቃቤ ቤተመጽሐፍት ሆና ጡረታ ወጣች። ቀደም ሲል ፍጥረቱ እና የመጀመሪያው ገና የተሰኙ ሁለት በመጽሐፍ ቅዱስ ታሪኮች ላይ የተመሰረቱ መጽሐፍትን በመጻፍ አሳትማለች። የእሷ መሻት ሰዎች መጽሐፍ ቅዱስን ለራሳቸው እንዲያነቡ እና ያም እውነት እንደሆነ እንዲያውቁ ማበረታታት ነው።

ስለ ሰዓሊዋ:

ኪምበርሊ ሜሪት ለ20 ዓመታት የመጋቢ ሚስት ነበረች። ከባለቤቷ ጎን በመሆን እያገለገለች፤በመላው ዓለም ለሚገኙ ከ50 በላይ የሆኑ የህጻናት መጽሐፍት ደራሲዎች ስዕሎችን በማዘጋጀት ተባርካለች።

ዮናስ፤ፈሪው ነበይ የተሰኘውን መጽሐፍ በአማርኛ በማንበባችሁ ተደሰታችሁን? ሃኒኮምብ አድቬንቸርስ ፕሬስ፤ LLC ተጨማሪ መጽሐፍትን በአማርኛ ማዘጋጀት ይፈልጋል። ነገር ግን አብዛኛው ኢትዮጵያውያን መግዛት በሚችሉት መጠን እነዚህን መጽሐፍት አሳትሞ ለማቅረብ የህትመት እና የማጓጓዣ ወጪው በጣም ከፍተኛ ነው። መጽሐፍቶቹን ማቅረብ የምንችለው የገንዘብ ድጋፍ የምናገኝ ከሆነ ብቻ ነው። ለወደፊት በአማርኛ የሚቀርቡ መጽሐፍትን መደገፍ የምትችሉ ከሆነ፤እባክዎ በሚከተለው ማስፈንጠሪያ ያግኙን፡

www.honeycombadventures.com/amharic-ministry/

www.ingramcontent.com/pod-product-compliance
Lightning Source LLC
Chambersburg PA
CBHW060531010526
44110CB00052B/2565
* 9 7 8 0 9 8 2 0 8 8 6 3 0 *